ப்பளீஸ் ஓபன் பண்ணுங்க

ப்ளீஸ்
ஓபன் பண்ணுங்க

ர.ரமேஷ்

ஏலே பதிப்பகம்

ப்ளீஸ் ஓபன் பண்ணுங்க
ஆசிரியர் © **ர.ரமேஷ்**

முதற்பதிப்பு 2021
பக்கங்கள் 51

ISBN 978-93-5533-027-7

புத்தகம் வெளியிடு
ஏலே பதிப்பகம்
aelaypublish@gmail.com
phone – 9944992571

Aelay Publish
www.aelaypublish.com

சிறுகதை :- 1

செல்ல மகள்

யப்பா யப்பா எங்க பள்ளிக்கூடத்துல எல்லாரையும் ஒரு வாரம் கழித்து சுற்றுலா கூட்டிட்டு போறாங்கப்பா ஒரு வாரம் சுற்றுலாவாமாம்ப்பா நானும் போகவாப்பா என்று கூறிக் கொண்டே தனது புத்தகப் பையை தூக்கி வீசிய படி ஓடி வந்தாள் செல்ல மகள் அருந்ததி..அருந்ததி குக்கிராமத்தில் வாழும் ஏழை விவசாயின் முருகனின் மகள் தவமிருந்து பெற்ற மகள். அவளின் தந்தையோ விவசாயி அவரின் வருமானம் அன்றாடம் உணவிற்க்கும் செலவுக்குமே சரியாக இருக்கும்.அவளின் அம்மா கலாமணி தன் பங்கிற்க்கு கிடைக்கும் சின்ன சின்ன வேலைகள் செய்தும் குடும்பத்தையும் கவனித்து வந்தாள்.என்னடி பைய இப்படி வீசிட்டு போறவ என்று கேட்க காதில் விழாதது போல் சென்றாள் அருந்ததி.யப்பா பள்ளிக்கூடத்துல சுற்றுலா கூட்டிப் போறாங்கப்பா நானும் போகவா என்று குழந்தை போல அப்பாவிடம் கேட்க.வீட்டிற்க்கு ஒரே மகள் செல்ல மகள் என்பதால் அப்பாவும் சுற்றுலா செல்ல எவ்வளவு ரூவா ஆகும் என்று கேட்க மகளோ ஆயிரம் ரூவா ஆகும்ப்பா என்று பிஞ்சு முகத்தில் புன்னகையுடன் கூறினாள்..முருகனோ சிறிது நேரம் யோசித்து பார்த்துக் கொண்டிருக்க. அவள் கூறியது கலாமணி காதில் விழ என்னாடி சொல்ற ஆயிரம் ரூவாவா கொஞ்சம் மனசாட்சியோட பேசுடி ஆயிரம் ரூவா இருந்த நம்ம வீட்ல மழை வந்த உள்ள தண்ணி வராம இருக்க சரி பன்னிருவன்.. உங்க அப்பனக்கு அப்ப அப்ப ஒடம்பு முடியாம போகுது என்னனு ஆஸ்பத்திரியில போய் பாத்துட்டு வந்துருவன். போட்டுக்க நல்ல துணி மணி வாங்கிருவேன். என்று அடுக்கிக் கொண்டே போனால் அம்மா... அதை கேட்ட செல்ல மகளுக்கு முகம் வாடியது.யாரிடமும் பேசமால் அமைதியாக இருந்தாள் அம்மாவோ சாப்பிட பலமுறை அழைத்தும் எதற்கும் செவி

சாயிக்கவில்லை அருந்ததி. அவள் கண்களில் நீர் வர அதை கவனித்த முருகன் மகளை அழைத்து மடியில் அமரவைத்து.என் மக எதுக்கும் முகம் வாடி போகக்கூடாது.அழக்கூடாது எப்பவும் முகத்துல சிரிப்பு இருந்துகிட்டே இருக்கனும். நீ ஒன்னும் கவலைப்படாத ஆயிரம் ரூவா தான நான் பாத்துக்குறேன் கண்ணு நீ கண்டிப்பா சுற்றுலா போவ நான் ரூவா தாரேன் என்று சமாதானப்படுத்தி சாப்பிட வைத்தான் முருகன். மகிழ்ச்சியடைந்த அருந்ததி முருகனின் மடியிலேயே உறங்கிக் போனாள். மெல்ல அருகில் வந்த கலாமணி என்னங்க அவதா சின்னப் புள்ள விவரம் இல்லாம கேக்குற நீங்களும் சரி சொல்லி தூங்க வச்சுட்டீங்க அப்பறம் போற அப்ப இல்லனு சொன்ன மனசு உடைஞ்சு போயிருவா. வேணாமுங்க காலையில இப்ப வேணா இன்னொரு வருஷம் போவாய்யாமானு என்று சொல்ல. அடப் போடி கிறுக்கச்சி புள்ள இல்லாம தவமா தவமிருந்து கிடைச்ச புள்ள. ஆசையா வந்து அப்பன்கிட்ட கேக்குது அத போய் முடியாதுனு சொல்ல சொன்னா புள்ள தாங்கிக்குமா. அதும் இல்லாம பள்ளிக்கூடத்துல புள்ளைங்க எல்லாம் நாளைக்கு சுற்றுலா போய்ட்டு வந்தா அத பத்தியே பேசுங்க. கேக்குற நம்ம புள்ள ஏங்கி போய்யிற மாட்ட நானும் போயிருந்த எல்லாம் பாத்துருக்கலானு ஏங்கி தவிச்சு போய் நம்மகிட்ட வந்து சொல்லும். அப்படி சொல்லிறக் கூடாதுனு தான் நான் பாத்துக்குறேன்னு சொன்ன என்று கூற. என்னமோ போங்க எனக்கு ஒன்னும் புரியல நீங்களும் உங்க புள்ளையையும் என்னமோ பண்ணிக்கோங்க என்று கூறிவிட்டாள் கலாமணி....கவலைப்படாத மணி நம்ம வயல் இருக்கும் போது என்ன கவலை நல்லா விளஞ்சு நிக்குது அத அறுவடை செஞ்சா நல்ல லாபம் கிடைக்கும். அதுல வரத வச்சு புள்ளைய சுற்றுலா அனுப்பலாம்.என்று கூறிவிட்டு முருகனும் அப்படியே உறங்கிப் போனான்.காலையில் அருந்ததி வழக்கம் போல் பள்ளிக்கு கிளம்ப மீண்டும் ஒரு முறை அப்பாவிடம் கேட்டாள்.யப்பா கண்டிப்பா என்ன சுற்றுலாக்கு அனுப்புவல்ல அப்பறம் முடியாதுனு சொல்லிற மாட்டயே என்று

கேட்டாள்.முருகனும் இல்லை புள்ள கண்டிப்பா உன்ன அனுப்புறன் இப்ப பள்ளிக்கூடத்துக்கு பாத்துப் போய்ட்டு வா என்று வழியனுப்பி வைத்தான் முருகன். அவளும் மிகவும் மகிழ்ச்சியாக பள்ளிக்கு சென்றால்... பள்ளி சென்ற அருந்ததி பள்ளி தோழிகளிடம் நானும் உங்களுடன் சுற்றுலா வருவேன் என்று கூறிக் கொண்டிருந்தாள்... என்றும் இல்லாத மகிழ்ச்சி அவளுக்கு.இன்னும் இரண்டு நாட்களில் அறுவடை பண்ணனும் இல்லனா முடியாது. என்று புலம்பிய படி வயல் பக்கம் சென்று பாப்போம் என்று புறப்பட்டான்.வயலை சென்று பார்த்தான். பயிரும் நல்ல செழிப்பாக இருந்தது. பயிருக்கு என்ன செய்ய வேண்டுமோ அனைத்தும் செய்து விட்டு வீடு திரும்பினான். அவனும் வீடு வர செல்ல மகளும் பள்ளி முடிந்து வீடு வந்தாள்... யப்பா யப்பா எங்க இருக்கப்பா என்று கூவிக் கொண்டே வர எதிரே வந்தான் முருகன். எம்புள்ள இப்படிக் கூவிக்கிட்டே வரவ. யப்பா நீ சொன்னனு நான் பள்ளிக்கூடத்துல எல்லார்கிட்டயும் சொல்லிட்டன். நீ மட்டும் எனக்கு ரூவா தரல அப்புறம் நான் என்ன பண்ணுவேனு எனக்கே தெரியாது. என்று கூறிவிட்டு யப்பா நான் செல்வி வீட்டுக்கு போறன். பிறகு வரேன்னு சொல்லிட்டு அங்கிருந்து மறைந்தாள் அருந்ததி.புள்ளையின் மிரட்டலைக் கேட்ட முருகன் சிரித்தபடி ரசித்தான்.வழக்கம் போல் அனைவரும் சாப்பிட்டு உறங்கினர்.கனவிலும் தன் பிள்ளை மிரட்டுவது போன்று கனவு கண்டு
சிரித்துக்கொண்டிருந்தான் முருகன்.மறுநாள் காலை வயலுக்கு சென்று கொண்டிருக்கும் போது ஊரில் அனைவரும் பயிருக்கு புதிதாக தெளிக்கப்பட்ட மருந்தை பற்றி பேச முருகனுக்கு ஒன்றும் புரியவில்லை. அவன் நண்பனான செல்வத்திடம் அடேய் செல்வா என்னாச்சு என்ன நடக்குது இங்க என் எல்லாரும் இப்படி பேசிட்டு அப்படி இப்படியுமா ஓடிடக்கிட்டு இருக்காங்க என்னடா ஆச்சு. கொஞ்சம் சொல்லு என்று கேட்க... அடேய் முருகா நம்ம பயிருக்கு புதுசா ஒரு மருந்து வந்துச்சுனு அத வாங்கி தெளிச்சோம்ல அது உண்மை இல்லையா பொய்யான மருந்தாமாடா அதனால பயிரெல்லாம் வீணாப் போகுதா என்று கூற

முருகனுக்கு ஒரு நிமிடம் இதயமே நின்று விட்டது. மயக்கம் போட்டு கீழே விழ செல்வம் தண்ணீர் தெளித்து மயக்கம் கலைத்து விசாரித்தான்.என்னடா ஆச்சு என் உடம்பு எதும் சரியில்லையா என்று கேட்டான் செல்வம்... தலையில் அடித்த படி அடேய் நானும் அந்த மருந்த வாங்கி என் பயிருக்கு தெளித்து விட்டேன்.என்று வாயிலும் வயித்துலையும் அடித்துக் கொண்டு வயலுக்கு சென்றான் முருகன். பெறும் அதிர்ச்சி அவன் பயிரெல்லாம் வீணாகி விட்டது.காரணம் தெளித்த மருந்தின் விபரீதம். என்ன செய்வதேன்று ஒன்று புரியாமல் அழுக ஆரம்பித்தான் முருகன். இத நம்பித்தானே எம்புள்ளைக்கு வாக்கு கொடுத்த இப்ப இப்படி ஆயிருச்சே நான் எங்க போய் சொல்லுவன்.. என்று கதறி அழுதுகொண்டிருந்தான் முருகன். அங்கு வந்த செல்வம் முருகனை சமாதானப்படுத்தி எல்லாம் சரி ஆகிடும் கவலைப்படாத முருகா சரி பண்ணிரலாம். என்று ஆறுதல் கூற அவனிடம் அனைத்தும் கூறினான் முருகன்... சரிப்பா நீ சொல்றதும் நியாயம் தான் ஆன இப்படி ஆகும்னு நாம என்ன கனவா கண்டோம். சரி விடுப்பா வேற ஏதா பண்ணலானு சொல்லிக்கொண்டு அவனும் போக.மனமுடைந்த முருகன் வீட்டிற்க்கு சென்று நடந்தவற்றை எல்லாம் கலா விடம் கூறினான்.. அவளும் முருகனுக்கு ஆறுதல் கூற சரி விடுங்க சரி ஆயிடும் இனி அந்த மருந்த வாங்க வேணாங்க வேற எதாவது பண்ணலாம் என்று என்று சொன்னால்... ஆனா முருகனோ அது இல்லடி சரி பண்ணிக்கலானு எனக்கும் தெரியும் எம்புள்ள வந்து கேட்ட நான் என்ன சொல்லுவன் இன்னும் இரண்டு நாள்ல சுற்றுலா கூட்டி போக போறான்னு சொல்லிட்டு எவ்ளோ சந்தோசமா போன இப்ப வந்து கேக்கும் போது இப்படி சொன்ன எம் புள்ள மனசு ஒடஞ்சு போய்யிற மாட்ட அதுக்குத்தான் என்ன பண்றதுனு தெரில என்று இருவரும் பேசிக் கொண்டிருக்கும் போதே பள்ளி முடிந்து அருந்ததி வர மீண்டும் அதையே சொல்ல முருகனும் சரி புள்ள கண்டிப்பா போவயாம்மா. போய் விளையாடு புள்ள என்று சொல்ல அவளும் ஆனந்தமாக விளையாட

சென்று விட்டாள்...இரண்டு நாள்ல எப்படி ஆயிரம் ரூவா புரட்டுவனு தெரியலையே.. என்று யோசிக்க ஆரம்பித்தான் முருகன்.நாள் நெருங்க நெருங்க அருந்ததி அதைப் பற்றியே பேசிக் கொண்டிருக்க... திடீரென்று முருகன் பயிர் விடயமாக நான் வெளியூர் போற வர இரண்டு நாள் ஆகும். நான் போய்ட்டு வரேன் அதுவரைக்கும் நிலத்தை பாத்துக்கோங்கனு சொன்னான். யப்பா பள்ளிக்கூடத்துல் சுற்றுலா கூட்டிபோறாங்கன்னு சொன்னல நீ இப்ப போறன்னு சொல்ற நான் எப்படிப்பா போவனு செல்ல மகள் கேட்க நான் இரண்டு நாளைக்குள்ள வந்துருவ புள்ள கவலைப்படாத புள்ள. அப்பா வந்துருவேன் என கூறிக் கொண்டு தன் பயணத்தை தொடர்ந்தான் முருகன்... செல்வமமும் முருகனும் பக்கத்து ஊரில் உள்ள தொழிற்சாலையில் வேலை செய்தனர்.. இரண்டு நாட்கள் கடுமையாக உழைத்த முருகன் சரியான துக்கமும் இல்லாமல் சாப்பாடும் இல்லாமல் தன் மகளுக்காக கடுமையாக உழைத்து ஆயிரம் ரூவா சம்பாரித்து விட்டான்..ஆயிரம் ரூவா கிடைத்ததும் ஊருக்கு இருவரும் புறப்பட்டனர்.. முருகன் படும் கஷ்டங்களை எல்லாம் பார்த்து விட்டாள் அருந்ததியின் தோழி...வீட்டிற்க்கு வந்த முருகன் மனைவி கலா நலம் விசாரிக்க முருகன் தன் செல்ல மகளை தேடினான்.அவள் விளையாட சென்றதால் இப்பொழுது வரமாட்டாள் என்று கூறினாள் கலா.பயணம் செய்த களைப்பில் உறங்கிப் போக நன்றாக அயர்ந்து தூங்கிவிட்டான்..தன் வேலை முடிந்த அருந்ததி அப்பாவை பார்த்ததும் மகிழ்ச்சியடைந்தாள்..நாளை சுற்றுலா செல்ல வேண்டும் என்ன இவர் இப்படி தூங்குகிறார் என்று முருகனை எழுப்ப முயன்று தோற்றுப்போனாள். அப்பாவின் மீது கோபம் கொண்ட மகள் எதுவும் சாப்பிடாமல் அழுகையில் உறங்கிப் போனாள்...காலை பொழுது விடிந்தது முருகனுக்கு முன் மகள் எழுந்து கொண்டாள் ஒரு வழியாக அப்பாவை எழுப்பி இன்று நான் சுற்றுலா செல்ல வேண்டும் நான் கேட்ட ரூவா எங்கே என்று கேட்க முருகனும் எடுத்துக் கொடுத்தான். கலாவோ

எதவும் கூறாமல் அமைதிக் காத்தாள்...மிகுந்த மகிழ்ச்சியுடன் பள்ளி சென்றாள் அருந்ததி.சுற்றுலா செல்ல எல்லோரும் தாயராகிக் கொண்டிருக்க.அவளின் தோழி ஒருத்தி மட்டும் சுற்றுலாவுக்கு வரவில்லை. அவள் அருகில் சென்று கேட்டாள் நீ மட்டும் இன்னும் என் புறப்படாமல் இருக்கிறாய் வா போகலாம் என்று அழைத்தாள். அவளோ நான் வரல எங்கிட்ட அவ்வளவு ரூவா இல்ல நீ போய் வா என்று கூற அருந்ததியோ சிரித்தாள். என் சிரிக்கிற என்று வெகுளியாக கேட்க என்கிட்ட கூடதா ரூவா இல்ல எங்க அப்பா கிட்ட சொன்ன அவர் தான் கொடுத்தார். நான் கேட்ட என்னவேனா செய்வாரு எங்க அப்பா என்று பெருமை பட்டுக் கொள்ள. அவள் தோழியோ நீ இப்படி பெருமையா சொல்லுறதுக்கு உங்க அப்பா எவ்ளோ கஷ்டபட்டாருனு எனக்கு தான் தெரியும்... என்று அவர் இரண்டு நாட்கள் பட்ட கஷ்டத்தை மொத்தமாக அவள் கூற அருந்ததி கண்களில் கண்ணீர் பெருக்கெடுத்து ஓடியது... வேகமாக வீட்டை நோக்கி ஓடினாள்.சுற்றுலாவுக்கு கொண்டு சென்ற பையை தூக்கி வீசினாள்.சத்தம் கேட்டு திடுக்கிட்டு எழுந்த முருகன். எம்புள்ள என்னாச்சு இன்னும் நீ போகலையா இங்க இருக்குறவ. சீக்கிரம் போ அவுங்க எல்லா போய்டப் போறாங்க என்றான் முருகன்... எதுவும் கூறாமல் அமைதியாக நின்று கொண்டிருந்தாள். மீண்டும் முருகன் கூற ஓடி வந்து முருகனை கட்டி அணைத்தால் மகள். அப்படியொரு அழுகை முருகன் எவ்வளவோ கூறியும் அழுகை நிற்கவில்லை.யப்பா என்ன மனுச்சுருப்பா. நீ இந்த ஆயிரம் ரூவா சம்பாதிக்க எவ்ளோ கஷ்டப்பட்டனு எனக்கு தெரியும்ப்பா. நான் சுயநலமா இருந்துட்டன்ப்பா என்னோட ஆசை நடந்த போதும்னு இருந்துடன்ப்பா. உன் நிலைமை கொஞ்சம் கூட புருஞ்சுக்காம நான் சந்தோசமா இருந்துட்டா போதும்னு இருந்துட்டன்ப்பா என்ன மனுச்சுக்கப்பா. சுற்றுலா என்னப்பா சுற்றுலா நான் உன்ன சுத்துனா அதுதா எனக்கு இன்பச் சுற்றுலா. என் உலகமே நீதாம்ப்பா உன்ன சுத்துனா நான் உலகத்தையே சுற்றுலாப் போய்ட்டு வந்த மாதிரிப்பா என்று அழுகையோடு கூறினாள் அருந்ததி.இதைக்

கேட்ட முருகனின் கண்களில் கண்ணீர். அப்படிலா இல்லா புள்ள உன்சந்தோசம் தான் எங்க சந்தோசம் புள்ள போய்ட்டு வா புள்ள என்று கூற இல்லப்பா நான் போகல உன்ன விட்டு நான் எங்கையும் போக மாட்டப்பா போனா எல்லாரும் சேர்ந்து போலாம் இல்லனா வேனாப்பா என்று கூறினாள். என் புள்ள இப்படி சொல்ற நீ சந்தோசமா போய்ட்டு வரத்தான நான் ரூவா கொடுத்த இப்ப இப்படி சொல்றவ... நீ இந்த ரூவா சாம்பாதிக்க எவ்வளவு கஷ்டப்பட்டனு எனக்கு தெரியும்ப்பா. அத மறந்துட்டு நான் எப்படிப்பா சந்தோசமா போவ. நீ கஷ்டப்பட்டு சம்பாதிச்சு நான் சந்தோசமா இருக்கவா வேணாம்ப்பா நம்ம எல்லாரும் சந்தோசமா இருப்போம்ப்பா என்று கூறினாள்...இதைக் கேட்ட முருகன் நெகிழ்ச்சியில் உறைந்து போனான். முருகன் கண்களில் ஆனந்தக் கண்ணீர் பெருக்கேடுத்து ஓடியது.கலாவோ மகளை கட்டியணைத்து முத்த மழை பொழிந்தாள்.. எங்க அப்பா தான் இந்த ஊர்லயே ரொம்ப நல்லவர் என் அப்பாக்கு நிகரா யாரும் இல்லை எனக்கு கிடைத்த அப்பா யாருக்கும் கிடைக்க மாட்டாங்க. என்று உரக்கச் சொன்னால்... அனைத்தும் கேட்ட முருகன் தன் செல்ல மகளைக் கண்டு செய்வதரியாது மகிழ்ச்சிக் கடலில் மூழ்கிப் போனான்... செல்ல மகளைக் கண்டு பெருமை கொண்டான்...

முற்றும்......

சிறுகதை :- 2

முதல் காதல்...

தாரணியின் வயது இருபத்தி நான்கு இளம் பெண் பட்டப்படிப்பு முடித்து மூன்று ஆண்டுகளாக தனியார் நிறுவனத்தில் வேலை செய்து வருகிறாள். சொந்தம் என்று சொல்லிக் கொள்வதற்க்கு ஒருவரும் இல்லை அவள் நண்பர்களைத் தவிர சிறுவயதில் பெற்றோரை இழந்து ஆசிரமத்தில் வளர்ந்தவள் அங்கு படித்து பிறகு ஒருவரின் உதவியால் பட்டப்படிப்பு முடித்தாள். நல்ல வேலையும் கிடைத்தது...மகளிர் விடுதியில் தங்கி வேலைக்கு சென்று வருகிறாள் தாரணி. மற்றவர்களுக்கு உதவி செய்வதென்றால் முதல் ஆளாக நிற்ப்பாள்.. உதவி செய்வதில் அலாதி மகிழ்ச்சி அவளுக்கு... எப்பொழுதும் பேருந்து பயணத்தில் தான் வேலைக்கு செல்வாள். கைநிறைய சம்பளம் வாங்கினாலும் பேருந்து பயணம் மிகவும் பிடித்தமான ஒன்று.அன்று ஒரு நாள் அலுவலகத்தில் வேலைபளு அதிகமாக இருந்தால் தாரணி வழக்கம் போல் செல்லும் நேரத்திற்க்கு பதிலாக நேரம் முன்னதாகவே செல்ல வேண்டிய கட்டாயம் அதனால் அவசர அவசரமாக புறப்பட்டு பேருந்து நிறுத்தத்திற்க்கு வந்தாள் தாரணி... சற்று கூட்டம் அதிகமாகவே இருந்தது நேரத்திற்க்குசெல்ல வேண்டிய சூழ்நிலை.பேருந்தும் நேரத்திற்க்கு வரவில்லை தாரானியோ கோபத்தின் உச்சிக்கே சென்று விட்டாள்...கோபத்தில் எரிமலை போல் காணப்பட்டாள்....அருகில் இருந்தவர்கள் அவரவர் வேலைகளை பார்த்த வண்ணம் இருந்தனர்... நேரம் செல்ல செல்ல எரிமலையாக வெடிக்க ஆரம்பித்து விட்டாள். சற்று தூரத்தில் ஒருவர் இருசக்கர வாகனத்தில் வந்து கொண்டிருந்தார்.தாரணியை பார்த்ததும் நிறுத்தி விட்டார்... தாரணியின் அருகில் வந்தவர் எப்படி இருக்கீங்க நல்லா இருக்கீங்களா என்று கேட்க தாரணிக்கு அடையாளம் தெரியவில்லை.. சிறிது நேரம் யோசித்து

பார்க்கவே எதுவும் வரவில்லை. அதே நேரத்தில் பேருந்து வரவே பேருந்தை நோக்கி புறப்பட்டவள் என்னை மன்னித்து விடுங்கள் நீங்கள் யாரென்று தெரியவில்லை என்று கூறி பேருந்தில் ஏறிவிட்டாள்...அந்த நபரோ கோபம் கொள்ளாமல் பொறுமையாக அடையாளம் தெரியவில்லை போல என்று நினைத்துக்கொண்டு அங்கிருந்து புறப்பட்டார்.பேருந்து சென்று கொண்டு இருக்கையில் இருக்கையில் அமர்ந்திருந்த தாரணி வந்த நபரை யோசித்து பார்க்க பிறகு ஞாபகம் வந்தது. தாரணி கல்லூரியில் படிக்கும் பொழுது உடன் படித்த நண்பர் மகேஷ்... வருத்தப்பட்ட அவள் பிறகு பார்த்தால் கண்டிப்பாக பேச வேண்டும் என்று நினைத்துக் கொண்டாள்... அலுவலகம் வரவே இருக்கையை விட்டு எழுந்து அலுவலகத்திற்குள் நுழையவே ஒரு அதிர்ச்சி தாரணிக்கு பேருந்து நிறுத்தத்தில் பார்த்த அதே இருசக்கர வாகனம் அங்கு நின்று கொண்டிருந்தது இந்த வாகனம் இங்கு எப்படி என்று குழப்பத்துடன் உள்ளே சென்றவள் மீண்டும் அதிர்ச்சியானாள்... அவளின் இருக்கைக்கு பக்கத்தில் அந்த நபர் அமர்ந்திருந்தார்... தாரணிக்கு ஒன்றும் புரியவில்லை. அந்த நபரோ வேலையை பாருங்கள் பணி முடிந்து மாலையில் பேசிக் கொள்ளலாம் என்று கூறினார்... அவளும் சரி என்று கூறி விட்டு வேலையை செய்ய ஆரம்பித்தாள்..வேலைப்பளு ஓரளவு குறைய இருவரும் மதிய உணவிற்குச் சென்றனர். இருவரும் எதுவும் பேசாமல் மௌனமாக சாப்பிட்டு முடித்து விட்டு அவரவர் வேலைகளை தொடர்ந்தனர்.ஒரு வழியாக தாரணி அவளின் அனைத்து வேலைகளையும் முடித்து விட்டாள்.. முடித்த களைப்பில் பெருமூச்சு விட்டாள்.. நேரமும் ஆகிவிட்டது சரி நாளை பார்த்துக் கொள்வோம் என்று தன்னுடைய பொருள்களை எல்லாம் எடுத்த இடத்தில் எடுத்த படி வைத்துக் கொண்டிருந்தாள். தாரணி மகேஷிடம் வேலை முடிந்து விட்டதா என்று கேட்க இல்லை இன்னும் முடியவில்லை சிறிது நேரம் ஆகும் என்று கூற தாரணி சரி என்று கூறிவிட்டு சென்று விட்டாள்.மகேஷின் மனதிற்குள் என் வேலை முடியும் வரை

காத்திருப்பாள் என்று நினைத்தேன் ஆனால் சென்று விட்டாள் என்று நினைத்துக்கொண்டு மீதம் இருக்கும் வேலையை பார்க்கலானான்... தாரணியோ தன் வேலை முடிந்தது என்று வெளியே சென்று விட்டாள்.. அரைமணி நேரம் கழித்து தன் வேலை எல்லாம் முடிந்த பிறகு வெளியே வந்தான் மகேஷ். வந்தவனுக்கு ஒரு அதிர்ச்சி மற்றும் சந்தோசம். அதிர்ச்சி என்னவென்றால் அவள் இன்னும் செல்லாமல் வெளியில் நின்று கொண்டிருந்தாள். மகிழ்ச்சி என்னவென்றால் அவள் அருகில் சென்றதும் தாரணி உங்களுக்காகத்தான் காத்திருக்கிறேன் என்று கூறினாள்.இருவரும் புறப்பட்டனர். மகேஷ் தனது இரு சக்கர வாகனத்தை எடுத்து வர சென்றான். வந்ததும் தாரணியை பார்த்து வாருங்கள் நான் உங்களை உங்களது விடுதியில் இறக்கி விடுகிறேன் என்று கூற தாரணி சிறிது நேரம் யோசித்து சரி என்று ஏறிக் கொண்டாள்.சிறிது தூரம் சென்ற பின் வழியில் உள்ள ஒரு பூங்காவை தாரணி பார்க்க வண்டியை நிறுத்த சொல்லி பூங்காவிற்க்கு செல்வோம் என்று சொல்ல அவனும் சரி என்று இருவரும் பூங்காவிற்க்குள் நுழைந்து அங்கு உள்ள புல்லின் மீது அமர்ந்தனர். இருவரும் அவர்கள் கல்லூரி காலங்களை பற்றி பேச ஆரம்பித்தனர்..கல்லூரியில் படிக்கும் பொழுது சரி இன்றும் சரி நீ இன்னும் மாறவில்லை தாரணி அன்றும் அப்படித்தான் இதே கோபம் கோபத்தில் இருக்கும் பொழுது சட்டென்று பேசி விடுவது பிறகு யோசித்து பார்ப்பது இன்னும் மாறவில்லை அந்த குணம் என்று மகேஷ் பேசிக் கொண்டிருக்க தாரணியின் செவிகளில் அவன் பேச்சுகள் விழுந்தாலும் தாரணியின் கண்கள் பூங்காவிற்க்குள் இருந்த வித விதமான திண்பண்டங்கள் மீதே அவளின் முழு கவனம் இருந்தது. இதை அறிந்து கொண்ட மகேஷ் பேசுவதை நிறுத்தி விட்டு எழுந்து சென்று தாரணிக்கு பிடித்த அனைத்தும் வாங்கி வந்தான்.மகிழ்ச்சியடைந்த தாரணி சற்று குழப்பதுடன் மகேஷிடம் இதல்லாம் எனக்கு பிடிக்கும் என்று உனக்கு எப்படி தெரியும் என்று கேட்க...

மகேஷ் பதில் ஏதும் கூறாமல் சிரித்தான். மீண்டும் கேட்க சரி சொல்கிறேன் என்று ஆரம்பித்தான்.முதன் முதல் நீ கல்லூரிக்கு வரும் பொழுது உன்னை நான் பார்த்தேன். மிகவும் பிடித்துப் போனது எனக்கு நான் நினைத்து போல் எனது வகுப்பிலே நீ என்னுடன் பார்த்தவுடனே காதல் என்றால் எந்த ஒரு பெண்ணும் ஏற்றுக்கொள்ள மாட்டாள். அதுவும் இல்லாமல் நீ வளர்ந்த விதம் உன் சூழ்நிலை என அனைத்தும் அறிந்து கொள்ள வேண்டும் என்று அனைத்தும் அறிந்து கொண்டேன்.இருந்தும் காதலை கூற வேண்டும் என்று பலமுறை முயற்சி செய்தும் பார்த்தேன். ஆனால் நட்பாக பழகிக் முழுமையாக தெரிந்து கொண்டு பிறகு காதலை கூறலாம் என்று நினைத்த பொழுது ஐந்து வருடங்கள் ஆகி விட்டது. கல்லூரி இறுதி நாளில் கூட உன்னை தேடினேன் ஆனால் உன்னை காணவில்லை. எங்கேங்கோ தேடி உன்னைப் பற்றிய விவரம் தெரிந்து கொள்ள தேடி அலைந்தேன் உன்னைப் பற்றி எதுவும் கிடைக்கவில்லை. நம் கல்லூரியில் படிக்கும் நண்பன் ஒருவன் உன்னை இங்கு பார்த்ததாக என்னிடம் கூறினான். அவன் கூறுவது உண்மையாக இல்லையா என்று தெரிந்து கொள்ள பலமுறை இங்கு வந்து பார்த்தேன் உறுதி செய்து கொண்டேன். இறுதியாக நீ இங்கு தான் வேலை செய்கிறாய் என்று அறிந்து கொண்டேன். ஆதலால் நான் பணி புரியும் மேலதிகாரியிடம் முறையிட்டு பணிமாற்றம் பெற்று இங்கு வந்தேன். முதல் நாள் பணிக்கு வரும் பொழுது எதுவும் தெரியாது போல் உன்னை சந்தித்தேன். உன்னிடம் வந்து விடயங்களை சொல்லலாம் என்றிருந்தேன். அதற்குள் நீ தெரியவில்லை என்று பேருந்தில் ஏறி விட்டாய்.தாரணி.நான் காதலித்த முதல் பெண் நீதான் இத்தனை ஆண்டுகள் ஆயினும் உன்னை தவிர வேறு எந்த பெண்ணும் எனக்கு பிடிக்கவில்லை. என் மொத்த உலகமும் நீதான். உன்னை எந்த விதத்திலும் காயப்படுத்த மாட்டேன். கஷ்டப் படுத்த மாட்டேன். ஆயுள் முழுவதும் சந்தோசமாக வாழலாம். என்னை திருமணம் செய்து கொள்கிறாயா என்று கண்களில் நீர் தத்தும்ப

கேட்க.எல்லாவற்றையும் கேட்ட தாரணி எதுவும் கூறாமல் மௌனம் சம்மதம் என்பது போல். உதட்டில் புன்னகையுடன் எழுந்து நடக்கத் தொடங்கினாள். புன்னகைக்கு என்ன அர்த்தம் என்பது தெரியாமல் அவனும் அவள் பின்னே சென்றான்......

முற்றும்.......

சிறுகதை :- 3

பவித்ரா

இடி மின்னலுடன் பலத்த மழை பெய்து கொண்டிருந்தது. பவித்ரா வழக்கம் போல் தன் அலுவலகத்தில் வேலைகளை முடித்துக் கொண்டு வீட்டிற்க்கு புறப்படத் தயாரானாள். பெற்றோரை இழந்த பவித்ரா தனிமையில் வசித்து வருகிறாள்.தன் கைப்பையில் இருந்து குடையை விரித்து பேருந்து நிறுத்தத்தை நோக்கி நடந்தாள்.. பலத்த மழை என்பதால் சாலை முழுவதும் மழைநீர் ஆறுகள் போல ஓடிக் கொண்டிருந்தது. அனைத்தும் தாண்டி ஒரு வழியாக பேருந்து நிறுத்தம் வந்தடைந்தாள் பவித்ரா வெகுநேரம் ஆகியும் மழையில் ஒரு பேருந்து கூட வரவில்லை... இறுதியாக ஒரு ஆட்டோ வரவே ஆட்டோவில் ஏறி வீட்டிற்கு சென்று கொண்டிருந்தாள். பவித்ராவின் வீடு காட்டுப் பகுதிக்குள் இருப்பதால் சிறிது தூரம் நடந்து தான் செல்ல வேண்டும். ஒரு வழியாக ஆட்டோவை விட்டு இறங்கினாள் காட்டு வழி என்பதால் ஆள்நடமாட்டம் குறைவு. சற்று பயத்துடனே மின்னலின் ஒளியில் சென்று கொண்டிருந்தாள். ஏதேதோ சத்தங்கள் ஒலித்துக் கொண்டிருந்தது. தீடீரென்று ஒரு அலறல் சத்தம் பவித்ரா செவிகளில் ஒலிக்க சற்றுப் பயத்துடன் சத்தம் வந்த இடத்தை நோக்கித் தன் பார்வையை செலுத்தினாள். அங்கு நான்கு நபர்கள் அருகில் இருந்த காட்டுப் பகுதிக்குள் ஒரு பெண்ணை தூக்கிச் சென்று கொண்டிருந்தனர்.மழை பெய்து கொண்டிருந்தால் அவர்களின் முகம் சரியாக தெரியவில்லை யாரென்று தெரிந்து கொள்ள பவித்ரா பயத்துடனே அந்த இடத்தை நோக்கி வேகமாக நடந்தாள். பலமுறை அப்பகுதியில் இது போன்ற சம்பவங்கள் நிறைய அரங்கேறியுள்ளது. ஆகவே அவர்களாக இருக்குமோ என்று சிந்தித்துக் கொண்டே பின் தொடர்ந்தாள்.சிறிது தூரம் சென்றதும் அவர்கள் தூக்கிச் சென்ற பெண்ணின் ஒரு காலனி கிடந்தது. பதட்டத்துடன் தொடர்ந்தாள். அருகில் செல்ல செல்ல பெண்ணின்

இன்னொரு காலனி மற்றும் கைப்பை கிடைக்க அப்பை முழுவதும் இரத்தக் கறைகளாக இருந்தது.பவித்ராக்கு பயம் அதிகமாயிற்று.பயத்தில் சலசலப்புடன் நடந்தாள். காலில் மிதிப்பட்ட இலை கொடிகள் மற்றும் நீர் சத்தம் எழுப்ப நம்மை யாரோ பின் தொடர்கிறார்கள் என்று அறிந்த கொண்ட மர்ம கும்பல். சத்தம் கேட்டு அருகில் உள்ள புதர்களில் ஒளிந்து கொள்ள. பவித்ராவோ முன்னேறிச் செல்ல செல்ல அக்கம் பக்கம் சுற்றிப் பார்த்தால் சிறிது தூரத்தில் அப்பெண் உடல் தென்பட மெல்ல அருகில் செல்ல அப்பெண் கழுத்து அறுக்க பட்ட நிலையில் இரத்தம் வழிந்த படி கிடந்தாள். யார் இப்படி செய்தது என் இப்படி செய்தார்கள் என்று யோசனையில் இருந்த பவித்ராவை மறைந்திருந்த மர்ம கும்பல் நம்மை பார்த்து விட்டால் மாட்டிக் கொள்வோம் என்று எண்ணி பவித்ராவை கணநேரத்தில் தாக்க மயக்கம் அடைந்து கீழே விழுந்தாள்...

கண் விழித்து பார்த்தபோது வீட்டில் இருந்தாள் மழை விட்டது அவளைச் சுற்றி ஒரு கூட்டம் என் இப்படி கூட்டம் நான் எப்படி வீடு வந்தேன் என்று யோசித்துக் கொண்டிருக்க அவள் சேலை மற்றும் கைகளில் இரத்தக் கறைகள்.மற்றும் அவள் வீட்டில் காவல் உதவி ஆய்வாளர் மற்றும் உடன் மூன்று பெண் காவலர்கள் இருந்தனர் . மயக்கம் தெளிந்த பவித்ராவிடம் என் கொலை செய்தாய். யார் நீ எதற்க்கு இந்த பெண்ணைக் கொலை செய்தாய் என்று மிரட்டும் பாணியில் காவல் ஆய்வாளர் கேட்க பதில் கூற முடியாமலும் நடந்தது ஒன்றும் புரியாமலும் தவித்தாள். கேட்பதற்க்கு பதில் கூறிவிட்டால் உனக்கு குறைந்த பட்ச தண்டனையே இல்லையென்றால் விசாரிக்கும் தோரணை வேறு மாதிரி இருக்கும் என்று கூறினார். நான் எதற்க்கு கொலை செய்ய வேண்டும் என் சேலையில் எப்படி இரத்தக் கறை வந்தது என் கைகளில் எப்படி இரத்ததுளிகள். என்று யோசிக்க ஆரம்பித்த பவித்ராவுக்கு எதுவும் புரியவில்லை. தெளிவான பதிலும் கிடைக்கவில்லை ஆனால் என் வீட்டிற்க்கு மட்டும் எப்படி காவலர்கள் எப்படி வந்தார்கள். என் முகவரி எப்படி தெரியும் பவித்ராக்கு பெரிய மர்மம் கொலை செய்யப்பட்ட பெண்ணின் சடலம் அங்கு

காணவில்லை பவித்ராவின் வீட்டு வாசலில் இரத்தக் கறைகள் இருந்தது. மற்றும் அவளது சேலை மற்றும் கைகளில் உள்ள இரத்தக் கறைகள் இதை வைத்து காவல் துறை பவித்ராவை குற்றவாளி என கருதிவிட்டது.அக்கம் பக்கத்தில் உள்ளவர்கள் எல்லாம் பவித்ராவை புரளி பேச பெண் காவலர் ஒருவர் பவித்ராவின் கைகளுக்கு விளங்கு மாட்டி அழைத்து செல்ல ஒன்றும் புரியாத பவித்ரா கைகளில் உள்ள இரத்தக் கரைகளை பார்த்தபடி காவல் துறை வாகனத்தில் ஏறினாள்.எவ்வளவு யோசித்தும் பவித்ராவுக்கு துளியும் விளங்கவில்லை.என் வீடு எப்படி காவல்துறைக்கு தெரிந்தது. நான் எப்படி வீட்டிற்க்கு வந்தேன். நான் எப்படி கொலைக்காரி ஆனேன் என்று பல்வேறு சிந்தனையில் மூழ்கிப் போனவளுக்கு எந்த பதிலும் கிடைக்க வில்லை. மழையில் அவர்களின் முகம் சரியாக தெரியவில்லை. அந்த பெண்ணை முன் பின் நான் கண்டதில்லை.. நான் கொலையும் செய்யவில்லை இருந்தும் என் கைகளில் ஏன் இந்த விலங்கு...ஒன்றும் புரியவில்லை...இறுதியாக ஒன்றை மட்டும் தெளிவாக புரிந்து கொண்டாள். மர்ம கும்பல் தப்பித்துக் கொள்ள என்னை கைதியாக்கி விட்டனர்... அவர்களின் முகம் தெரியாதால் இன்று நான் இப்படி மாட்டிக் கொண்டேன்... இது அனைத்தும் அவர்களின் செய்த செயல் தான் என்று புரிந்து கொண்டாள். கைதி அறையில்....

முற்றும்....

சிறுகதை :- 4

அலட்சியம்

என்னங்க வரும்போது பாப்பாக்கு மறக்காம பால் பவுடர் வாங்கிட்டு வந்துருங்க. வீட்ல சுத்தமா இல்லைங்க பாப்பாக்கு இப்ப கொடுக்க தான் இருக்கு மறந்திடாதீங்க என்று கமலி சத்தமாக கூற. சரி வாங்கிட்டு வர வேலை முடுஞ்சுதும் வரும் போது வாங்கிட்டு வர என்று கூறினான் ராகுல்.மறந்துராதீங்க நாளைல இருந்து ஊரடங்கு போடா போறாங்கலாமா செய்தில பாத்த கடையிலா கூட இல்லையாமங்க மறக்காம வாங்கிட்டு வந்துருங்க என்று மறுபடியும் கூறினாள் கமலி. கோபமடைந்த ராகுல் வாங்கிட்டு வரேன்னு சொல்லிட்டன்ல அப்பறம் என்ன சும்மா சும்மா சொல்லிக்கிட்டே இருக்க. மறக்காம வாங்கிட்டு வர என்று கூறி வேலைக்கு கிளம்பினான் ராகுல்.ராகுலும் கமலியும் ஒரே கல்லூரியில் படித்தவர்கள் காதலித்து பெற்றோர்களை எதிர்த்துக் காதல் திருமணம் செய்து கொண்டவர்கள். பெற்றோர்கள் ஏற்றுக்கொள்ளாததால் ஊரை விட்டு தனியாக வசித்து வருகின்றனர். பெற்றோர் ஆதரவு இல்லாததால் ஒருவருக்கு ஒருவர் ஆதரவாக இருவருமே சமாளித்துக் கொள்கின்றனர்.ஆனால் இருவரும் எப்பொழுதும் எலியும் பூனையும் போல் சண்டையே ஓயாது. இருந்தாலும் ஒருவர் மீது ஒருவருக்கும் பாசம் குறையாது. அவர்களுக்கு ஆராதனா என்ற இரண்டு வயதில் ஒரு செல்ல மகள் உள்ளாள். இருவரும் படித்திருந்தும் கமலிக்கு எங்கும் வேலை கிடைக்கவில்லை ராகுலின் வருமானம் மட்டுமே.ராகுலின் வேலை வெளியில் அலைவது தான்மார்க்கெட்டிங் வேலை.வேலை முடிந்து இரவு வீடு வந்தான் ராகுல். வேலை அதிகமாக இருந்ததால் சோர்ந்து போய் வந்தான் என்னங்க பால் பவுடர் வாங்கிட்டு வந்திங்களா என்று கேட்டால் கமலி.மறந்து விடாமல் பால் பவுடரையும் வாங்கி வந்து விட்டான்..கமலி எங்க வாங்கிட்டு வராம இருந்துருவிங்களோனு பயந்துடங்க.பாப்பா வேற அழுதுகிட்டே இருக்கா. நல்ல வேலை

வாங்கிட்டு வந்தீங்க. வழக்கம் போல அனைத்தும் நடைபெற்று முடிய. இரண்டு நாட்கள் சென்றது. ராகுல் வேலைக்கு கிளம்பிக் கொண்டிருந்தான்.என்னங்க பாப்பா ரெண்டு நாளா சரியா சாப்பிடவும் மாட்டிற பால் கொடுத்த கூட வாந்தி எடுத்தர்ரா அழுதுகிட்டே இருக்கா.என்னனு தெரிலங்க நாளைக்கு மருத்துவமனைக்கு போகணும்ங்க கொஞ்சம் லீவ் சொல்லிட்டு வாங்க போய்ட்டு வந்தரலாம் என்று கமலி கூற. எனக்கு வேலை அதிகமா இருக்கு நீ போய் பாரு. என்னானு பாத்துட்டு எனக்கு போன் பண்ணு என்று கூறிவிட்டு செல்ல கமலி சரி என்று கூறிவிட்டு குழந்தையை மருத்துவமனைக்கு அழைத்துச் சென்று குழந்தைக்கு நடந்தவற்றைப் பற்றிக் கூறினாள். மருத்துவரும் குழந்தை பரிசோதித்து விட்டு கமலியை அழைத்த மருத்துவர் குழந்தைக்கு கொடுக்கும் பாலில் தான் கலப்படம் உள்ளது. இதை உடனே நிறுத்தி விடுங்கள்.இல்லையென்றால் குழந்தை உயிருக்கு ஆபத்து என மருத்துவர் எச்சரித்தார். சரியென்று கூறிவிட்டு கமலியும் குழந்தையுடன் வீட்டுற்க்கு சென்றாள்.வேலை முடிந்து இரவு ராகுலும் வர நடந்தவற்றை கமலி கூறினாள். இனிமே அந்த பால் பவுடர் வாங்க வேணாங்க. மருத்துவர் கூறிய பால் பவுடர் வாங்கலாங்க என்று கூற ராகுலும் அலட்சியமாக சரி வாங்கி விடுவோம் என்று கூறிவிட்டு உறங்கிவிட்டான். மருத்துவர் கூறியதை யோசனை செய்த கமலிக்கு இரவு முழுவதும் உறக்கம் வரவில்லை.சிறிது உறக்கம் வர உறங்கியவள் திட்டுக்கிட்டு எழ பொழுதும் விடிந்து விட்டது.வழக்கும் போல் ராகுலும் கமலியும் அவரவர் வேலைகளை பார்க்க ஆராதனா மட்டும் இன்னும் எழுந்திரிக்கவில்லை. நல்ல தூங்குறானு நினைத்துக்கொண்டாள் கமலி.வெகு நேரம் ஆகியும் ஆராதனா எழுந்திருக்கவில்லை.எவ்வளவு முயன்றும் முடியவில்லை. பேச்சும் மூச்சும் இல்லை.. பதறிப் போன இருவரும் குழந்தை தூக்கிக் கொண்டு மருத்துவமனை நோக்கி விரைந்தனர். அவசர பிரிவுக்கு கொண்டு சென்று குழந்தையை பரிசோதித்த மருத்துவர் வெளியே வந்து என்னை மன்னியுங்கள் உங்கள்

குழந்தை ஏற்கனவே இறந்து விட்டது என்று இருவரிடமும் கூறினார். பெறும் அதிர்ச்சி இருவருக்கும். இல்லை இரவு முழுவதும் நன்றாகத்தான் இருந்தாள் இறந்திருக்க முடியாது என்று கதறி அழுதாள் கமலி.என்ன காரணம் என்று கேட்டான் ராகுல் முழுமையாக பரிசோதனை முடிந்த பிறகு கூறுகிறேன் என்று கூறி சென்று விட்டார்.என்னவென்று புரியாமல் குழம்பிய ராகுலுக்கு எதுவும் புரியவில்லை அழுது கொண்டிருந்தான்.மனைவியை ஆறுதல் படுத்திவிட்டு வெளியே சென்றான் ராகுல். அருகில் இருந்த கடையில் தொலைக் காட்சி ஒன்றில் முக்கிய செய்தி ஒன்று வம் வந்தது குழந்தைகள் குடிக்கும் பால் பவுடரில் கலப்படம். இதுவரை ஆறு குழந்தைகள் உயிரிழந்துள்ளது. ஆகவே யாரும் உபயோக்கிக்க வேண்டாம். என்று கூறிக் கொண்டிருந்தது. பதறி போன ராகுல் வேகமாக மருத்துவமனைக்குள் நுழைந்தான். மருத்துவரும் வெளியே வர குழந்தை இறந்ததுக்கு காரணம் குழந்தை குடித்த பாலில் ராசாயணம் கலந்து இருந்ததால் குழந்தை இருந்து விட்டது. என்று கூற கமலி கதறி அழுதாள் அவளின் அழுகையின் சத்தம் மருத்துவமனையையே சோகக் கடலில் மூழ்கியது என் பிரிந்தாய் என்னுயிரே நான் என்ன தவறு செய்தன் என் இப்படி ஆனது கடவுளே உனக்கு இரக்கம் இல்லையா என் மகளைக் காப்பாற்று கடவுளே என்ற அவளின் வார்த்தைகள் சுற்றிஇருந்தவர்கள் கண்களில் கண்ணீரை வரவழைத்தது. அவளின் அழுகையை கண்ட ராகுல் மனைவி கூறியும் அலட்சியமாக நான் செய்த தவறு தான் காரணம். இன்று என் அலட்சியத்தால்ஊஎன் குழந்தை இறந்து விட்டது. இதற்க்கு நான் என்ன செய்வேன் கடவுளே என் தவறுக்கு என் குழந்தை இன்று பலியாகி விட்டது. என்று கதறினான். செய்த தவறை மனைவியிடமும் கூற முடியாமல் குற்றவுணர்ச்சியில் மூழ்கினான். என்ன கூறி கமலியை சமாதானப்படுத்துவேன். என்ன ஆறுதல் கூறுவேன். இதற்கு நான் தான் காரணம் என்று எப்படி சொல்லுவேன். ஒன்றும் புரியாமலும் தெரியாமலும் அழுதான். கமலியின் கோலத்தைக் கண்ட மருத்துவரும்

மருத்துவமனையில் இருந்த அனைவரும் ஆறுதல் கூற முடியாமல் கண்கலங்கி நின்றனர்.

முற்றும்.......

சிறுகதை :- 5

அவளின் நினைவு

ஒரு நாள் வேலை விடயமாக இரவு பயணமாக இரயிலில் சென்று கொண்டிருந்தான் கண்ணன்...இரவு பயணம் என்பதால் இரயிலில் பெரிதாக பயணிகள் யாரும் இல்லை பெரும்பாலான இருக்கைகள் பயணிகளை எதிர்நோக்கிய படி காத்திருந்தது..... இரயிலில் ஆட்கள் நடமாட்டம் அவ்வளவாக சொல்லிக் கொள்ளும் படி அதிகம் இல்லை. சிறிது நேரம் கழித்து ஆட்கள் அதிகம் இல்லாத நிறுத்தத்தில் சிறிது நேரம் நின்றது. இரயில் வண்டி...ஒரே ஒரு பெண் மட்டும் இரயிலில் ஏறினாள்....கண்ணன் இருகைக்கு பக்கத்தில் உள்ள இருக்கையில் அமர்ந்தாள்... உடன் இருந்த பயணிகள் அவரவர் வேலையில் மும்மரமாக இருந்தனர்... கண்ணனுக்கு புத்தகம் படிக்கும் பழக்கம் இருந்தது. சிறிது நேரம் சென்ற பின் புத்தகம் படித்துக்கொண்டிருந்த கண்ணனிடம் தன்னை அறிமுகம் செய்து கொண்டாள் அந்த பெண்..கண்ணனும் தானும் அறிமுக படுத்திக் கொண்டான்.. என் பெயர் சித்ரா என்று சொல்லிக் கொண்டு இருவரும் பேசிக் கொண்டனர்... அந்த பெண் ஏழை குடும்பத்தில் பிறந்து வளர்ந்து பெண் முதல் பட்டதாரி பெண்... வயதான தந்தை மற்றும் இரு தங்கை ஒரு தம்பி நான்தான் மூத்த பெண் தங்கை மற்றும் தம்பி அனைவரின் படிப்பிற்கும் தந்தையின் மருத்துவ செலவு மற்றும் குடும்ப பாரம்.ஆகவே இவைகளை சமாளிக்க வேலை தேடி வெளியூர் செல்கிறேன் என்று கூறினாள்..கண்ணன் தனியார் நிறுவனத்தில் பெரிய பொறுப்பில் இருக்கிறான்.சித்ரா தான் வளர்ந்த சூழல் மற்றும் தான் பட்ட கஷ்டங்கள்.

அவமானங்கள்அனைத்தும் கூற கண்ணனுக்கு கண்களில் நீர் வழியத் தொடங்கியது..இளகிய மனம் கொண்ட கண்ணன் தான் பணி புரியும் நிறுவனத்தில் உங்களின் படிப்பை பற்றிக் கூறி தங்களுக்கு வேலை வாங்கி தருவதாக கண்ணன் வாக்கு கொடுத்தான்... கொஞ்ச நேரத்தில்

ஊர் வரவே இருவரும் இறங்கினர். கண்ணன் இங்கு உங்களுக்கு யாரையாது தெரியுமா என்று சித்ராவை கேட்டான் கண்ணன். யாரை தெரியாது என்று கூறவே. கண்ணன் சிறிது நேரம் யோசித்த பிறகு கண்ணன் தன் தோழி வீட்டில் நடந்தை கூறிக் தோழி வீட்டில் விட சித்ராவும் அங்கு தங்கினாள்... மறுநாள் சித்ரா கண்ணன் கூறியபடி சித்ராவுக்கு அவன் புரியும் நிறுவனத்தில் படித்த படிப்பைக் கூறி வேலை வாங்கி கொடுத்தான்...தங்கும் இடம் உணவு என அனைத்தும் கண்ணன் சித்ராவுக்கு ஏற்பாடுகள் செய்து கொடுத்தான்..பெரும் மகிழ்ச்சி அடைந்த சித்ரா நீங்கள் செய்த இந்த உதவியை நான் வாழ்நாள் முழுவதும் மறக்க மாட்டேன் என்று நெகிழ்ச்சியுடன் கூறினாள். கண்ணனும் புன்னகையுடன் நாளை சந்திப்போம் என்று கூறி விடை பெற்றான். வேலை கிடைத்ததை பற்றி அப்பாவிடம் கூற சித்ரா கடைத்தெருவுக்கு கிளம்பினாள்...சித்ரா வீட்டில் தொலைபேசி வசதிகள் இல்லாததால் பக்கத்து வீட்டில் இருக்கும் கமலா அக்காவுக்கு அழைத்து அப்பாவிடம் தாருங்கள் என்று கூறி அனைத்தையும் கூறினாள் சித்ரா...செல்வின் தந்தை மிகுந்த மகிழ்ச்சியடைந்தார். அனைத்தையும் கூற மகிழ்ச்சியின் உச்சத்திக்கு சென்றார்.நேரம் ஆகவே நான் விடுமுறையில் வருகிறேன் என்று கூறி அழைப்பை துண்டித்து மகிழ்ச்சியில் திளைத்த சித்ரா அழகிய கனவுகளுடன் சாலையில் நடந்து சென்று கொண்டிருந்த சித்ரா மீது எதிர்பாரத விதமாக பேருந்து மோத ரத்த வெள்ளத்தில் மிதந்த சித்ராவை சாலையில் இருந்தவர்கள் மீட்டு மருத்துவமனையில் அனுமதிக்கவே உயிருக்கு போராடிய சித்ரா சிகிச்சை பலனின்றி இறந்து விட்டாள்... சித்ராவின் கைப்பையில் துண்டு சீட்டில் கண்ணன் தொலைபேசி எண் இருக்க கண்ணனுக்கு தகவல் தெரிவித்தனர். தகவல் அறிந்த கண்ணன் மருத்துவமனையை அடைந்தான் கண்ணன். துக்கம் தாளாமல் கதறி அழுதான் கண்ணன்...மருத்துவமனையில் அனைத்தும் முடிய சித்ராவின் உடலை பெற்றுக் கொண்டு செல்வியின் ஊருக்கு புறப்பட்டு சென்றான்...

சித்ராவின் தந்தை மகிழ்ச்சியில் திளைத்திருக்க அங்கு சென்ற கண்ணன் விவரத்தை கூறவே சித்ராவின் தந்தை மற்றும் தம்பி தங்கை அதிர்ச்சியில் விண்ணை பிளக்கும் அளவிற்க்கு அழுகையின் குரல் ஒலித்தது...சமாதானம் கூறி அவர்களை அமைதிப்படுத்தினான். இறுதி சடங்குகள் முடிந்தது..... சித்ராவின் தந்தை மிகுந்த மனவேதனையில் நிலைக்குழைந்தார்.அவருக்கு ஆறுதல் கூறிக் கொண்டு இருந்தான்.மறுநாள் ஊருக்கு புறப்பட்டான் கண்ணன். இரண்டு நாட்கள் கழித்து சித்ராவின் வீட்டுக்கு சென்றான் கண்ணன். சித்ராவின் தந்தையின் கைகளை பற்றிக் கொண்டு நான் உங்களுடனே இங்கே இருந்து விடுகிறேன் என்று கூறி அங்கேயே அவள் நினைவாக அவள் ஊரிலயே தங்கி விட்டான்... தம்பி. தங்கைகளை கவனித்துக் கொண்டு சித்ராவின் வீட்டிலயே இருந்து விட்டான்.. என்றும் சித்ராவின் நினைவில் இருக்கும் கண்ணன் அவள் நினைவை விட்டு வெளிவர முடியாத நிலையில் இருக்கவே என்றும் அவள் நினைவாகவே மூழ்கிப் போனான்....

முற்றும்....

சிறுகதை :- 6

நல்ல மனிதர்

வடக்கம் பட்டி என்னும் சின்ன ஒரு கிராமம் அக்கிராமத்தில் மணியும் முத்துவும் வாழ்ந்து வந்தனர்.இருவரும் நெருங்கிய நண்பர்கள்சமுதாயப்பணி செய்வதும். ஊருக்கு தேவையானவற்றை ஆட்சியர் அலுவலகத்தில் மனு கொடுத்து ஏற்படுத்தி தருவதும் என இருந்தனர்.இருவருக்கும் உறவு என்று சொல்லி கொள்ள யாரும் இல்லை.அதனால் ஊர் மக்கள் அனைவரும் அவர்களுக்கு உணவு கொடுப்பதும் தங்குவதற்கு சிறிய வீடு ஒன்று கொடுத்து உதவி செய்து வந்தனர்.ஒரு நாள் ஊர் மக்கள் சிலர் தண்ணீர் குழாய் வேண்டுமென்று பேசிக் கொண்டிருந்தனர்..எப்பொழுது தான் நம் ஊருக்கு தண்ணிர் வருமோ குடிநீருக்கு வெகுதூரம் சென்று கொண்டு வரவேண்டிய நிலைமை என்ன செய்வது பகலில் என்றால் கொண்டு வந்து விடாலம் ஆனால் இரவில் என்ன செய்வது இருட்டில் சென்று எடுத்து வர வேண்டியிருக்கிறது என்று ஆங்காங்கே ஊர் மக்கள் புலம்பிக் கொண்டிருத்தனர்பேசுவதை எல்லாம் மணியும் முத்துவும் கவனித்துக் கொண்டிருந்தனர்... என்ன செய்வது என்று யோசித்துக் கொண்டிருக்கும் வேளையில்.அவர்கள் ஊர் வழியாக பக்கத்து ஊர்க்காரர் இருவர் அவர்களை கடந்து செல்லும் பொழுது பக்கத்து ஊருக்கு புதிதாக ஒரு மாவட்ட ஆட்சியர் ஒருவர் வந்துருக்கிறார் ஊர் பிரச்னை என்னவாக இருந்தாலும் சரி செய்து கொடுக்கிறார் என்று பேசிக் கொண்டு சென்றனர்.இதை கேட்ட மணி அவசரமாக மாவட்ட ஆட்சியரை பார்க்க புறப்பட்டு கொண்டிருந்தான்..இதைக் கவனித்த முத்து அவசரமாக எங்கு செல்கிறாய் என்று கேட்க.மணி நம்ம ஊருக்கு குடிநீர் குழாய் அமைத்து தரக்கோரி மாவட்ட ஆட்சியரிடம் மனு கொடுக்க போகிறேன் என்று கூறிக் கொண்டே அவன் வேலையில் ஆயத்தமானன்.முத்துவும் அடடே நல்ல விடயம் தான் சற்று பொறு நானும் வந்து விடுகிறேன் என்று

முத்துவும் புறப்பட தயாரானான்.இருவரும் சேர்ந்த மாவட்ட ஆட்சியரை சந்திக்க புறப்பட்னர்.வழியில் செல்லு பொழுதெல்லாம் ஊர்க்காரர்கள் எல்லாம் ஆட்சியர் மிகவும் நல்லவர் என்றும் அனைத்து பிரச்சனைகளையும் தீர்த்து வைக்கிறார் என்றும் அவரைப் பற்றி ஒரே புகழ்ச்சி மழை.முத்துவும் ஆமாம் மணி நானும் கேள்விப்பட்டேன் மாவட்ட ஆட்சியர் நல்ல மனிதர் என்று நானும் கேள்விப் பட்டேன் என்று கூறினான். சரி வா அவரை நேரில் சந்தித்து மனு கொடுப்போம் நம் ஊர் பிரச்சனையை எடுத்துக் கூறுவோம் நிச்சியம் சரிசெய்து கொடுப்பார் என்று பேசிக்கொண்டே நடைபயணத்தை தொடர்ந்தனர்.இருவரும் பேசிக்கொண்டே மாவட்ட ஆட்சியர் அலுவலகம் வந்தடைந்தனர்.மாவட்ட ஆட்சியர் அலுவலகத்தில் வரிசையில் நிற்க்கின்றனர்..

பக்கத்தில் ஏதோ சலசலப்பு கேட்கவே இருந்தவர்கள் அனைவரும் திரும்பி பார்க்கின்றனர்..அண்ணன் தம்பி இருவரின் இடம் பிரச்சனை அரங்கேறிக் கொண்டிருந்தது.கூடியிருந்த அனைவரும் வேடிக்கைப் பார்த்துக் கொண்டிருந்தனர்..மாவட்ட ஆட்சியர் அங்கு வருகிறார்.அண்ணன் தம்பி இடையே நிலப் பிரச்சனை நடந்து கொண்டிருக்க.பெரிய பிரச்சனையாகி விட்டது.மாவட்ட ஆட்சியர் அங்கு வந்து என்னவென்று விசாரிக்க.நாங்கள் இருவரும் அண்ணன் தம்பி நாங்கள் தஞ்சாவூர் மாவட்டத்தில் உள்ள கிராமத்திலிருந்து வருகிறோம்.எங்கள் இருவருக்கும் சொந்தமாக ஒரு நிலம் உள்ளது... அந்நிலத்தில் யார் முதலில் விவசாயம் செய்வது என்று கேள்வி எழுந்து இப்பொழுது பெரிய பிரச்னையாகி விட்டது ஐயா இதற்கு சரியான ஒரு தீர்வுவை கூறுங்கள்.ஐயா என்று கூறினர்.கூறிக்கொண்டே மறுபடியும் அவர்கள் சண்டையை தொடர்ந்தனர்.முதலில் நான் தான் செய்வேன் என்று அடம் பிடித்து பிரச்சனை செய்து கொண்டிருந்தான்.இதை கவனித்த மாவட்ட ஆட்சியர் இருவரையும் சமாதானப்படுத்தி. இருவரும் ஒன்றை எப்பொழுதும் நினைவில் வைத்து கொள்ளுங்கள் நிலம்,நீர்,

காற்று, ஆகாயம் இவையெல்லாம் அனைத்திற்கும் பொதுவானது..யாருக்கும் சொந்தம் இல்லை நான் ஒரு யோசனை கூறுகிறேன் கேளுங்கள் என்றார்.அண்ணன் தம்பி இருவரும், கூறுங்கள் கேட்கிறோம் என்றனர்.மாவட்ட ஆட்சியர் நீங்கள் இருவரும் ஒன்று சேர்ந்து ஒத்துமையாக விவசாயம் செய்தால் உங்களுக்கும் நன்மை. ஊருக்கும் நன்மை. இருவருக்கும் நல்ல லாபம் கிடைக்கும் இரு குடும்பத்தாரும் மகிழ்ச்சியாக வாழலாம்.ஆகவே இருவரும் சேர்ந்தே விவசாயம் செய்யுங்கள். என்று அறிவுரை கூறி அதற்க்கான தீர்வையும் கூறினார்.அண்ணன், தம்பி இருவரும் மாவட்ட ஆட்சியரர் கூறுவது மிகவும் சரியான தீர்வு. ஆகவே நாங்கள் இருவரும் சேர்ந்தே விவசாயம் செய்கிறோம் என்று கூறினர்... அவர் கூறிய தீர்வுக்கு நன்றியும் கூறிக் கொண்டு அங்கிருந்து புறப்பட்டனர்....

பிறகு. மணியும் முத்துவும் ஆட்சியர் அறைக்குள் நுழைந்தனர்.மணியும், முத்துவும் நாங்கள் வடக்கம்பட்டி என்கிற கிராமத்தில் இருந்து வருகிறோம்.. எங்கள் ஊரில் குடிநீர் பிரச்சனை இருக்கிறது. குடிநீருக்காக 2 மைல் நடந்து சென்று குடிநீர் எடுத்து கொண்டு வருகிறோம்.. மக்கள் சிரமப்படுகின்றனர்.. குழந்தைகளும் சிரம்மப்படுகின்றனர். ஆதலால் மாவட்ட ஆட்சியர் ஐயா அவர்கள் தயவுகூர்ந்து நாங்கள் வசிக்கும் தெருவில் குடிநீர் குழாய் அமைத்து தர வேண்டுகிறோம் ஐயா என்று கூறி தங்கள் மனுவை ஆட்சியரிடம் கொடுத்தனர்.அவர்கள் கொடுத்த மனுவை ஆட்சியர் பெற்றுக்கொண்டார்... மனுவை பெற்றுக் கொண்ட ஆட்சியர் உங்கள் தெருவில் குடிநீர் குழாய் இன்னும் மூன்று வாரத்திற்குள் அமைத்து தரப்படும் என்று வாக்குறுதி கொடுத்து அனுப்பிவைத்தார்.

மூன்று வாரங்கள் கழிந்தன...

மணியும், முத்துவும் வேலை விடயமாக வெளியூர் சென்றர்... மூன்று வாரங்கள் கழித்து ஊருக்குள் வந்தனர்... அவர்கள் தெருவில் குடிநீர் குழாயை கண்டு ஆச்சிரியமும். பேரானந்தம் கொண்டனர்...ஊர் மக்கள்

அனைவரும் மகிழ்ச்சியாக இருந்தனர்...ஊரே திருவிழா போல் காட்சியளித்தது. சரியான சமயத்தில் மணியும் முத்துவும் வர ஊர் மக்கள் நீங்கள் கொடுத்த மனுவால் மாவட்ட ஆட்சியர் நேரில் இங்கு வந்து ஆய்வு செய்த பின்னர் குடிநீர் குழாய் அமைத்துக் கொடுத்தார்... இதனை கேட்ட மணியும், முத்துவும் மிகுந்த மகிழ்ச்சியடைந்து மாவட்ட ஆட்சியர் மிகவும் நல்லவர் நம் பிரச்சனையை சரி செய்து விட்டார் அவரை நேரில் சந்தித்து நன்றி தெரிவிப்போம் என்று முத்து கூறினான்.. ஊர் மக்களுடன் ஆமாம் நேரில் செல்வோம் என்று புறப்பட்டனர்.ஊர் மக்கள் மற்றும் மணியும் முத்துவும் மாவட்ட ஆட்சியர் அலுவலகம் சென்றனர்...மாவட்ட ஆட்சியர் பணிக்கு வரவில்லை விடுமுறை என்று கூறி அனுப்பி விட்டனர்...ஆட்சியர் இல்லம் ஏங்குள்ளது என்று விசாரித்து மணி, முத்து, ஊர் மக்கள் அனைவரும்மாவட்ட ஆட்சியர் வீட்டை கண்டுபிடித்து அங்கு சென்றனர்.ஆட்சியருக்கு உடல் நிலை சரியில்லாமல் ஓய்வு எடுத்துக் கொண்டிருந்தார்...அனைவரும் வீட்டிற்க்குள் நுழையும் போது காவலளி தடுத்தான் யார் நீங்கள் எதற்கு இங்கு வந்தீர்கள் என்று கேட்டான்.அதற்கு நடந்ததை கூற காவலாளி நல்ல விஷயம் தான் ஆனால் அவருக்கு உடல் நிலை சரியில்லாமல் ஓய்வு எடுத்துக் கொண்டிருக்கிறார். இப்பொழுது காண முடியாது பிறகு வாருங்கள் என்று கூற அவர்கள் இல்லை நாங்கள் திரும்பி செல்ல மாட்டோம் அவரைப் பார்த்து விட்டு தான் செல்வோம் என்று குழந்தை போல் அடம்பிடித்தனர்...எவ்வளவோ கூறியும் அவர்கள் செல்லவில்லை ஓய்வு எடுத்துக்கொண்டிருந்த ஆட்சியரின் செவியில் சத்தம் கேட்க என்னவென்று வெளியில் வந்தார் பார்த்தார் ஆட்சியார்.. சற்று யோசித்தார். யார் இவர்கள். இவர்கள் எப்படி இங்கு வந்தார்கள். எதற்குக்காக இங்கு வந்தார்கள் என்று அவருக்கே ஒன்றும் புரியவில்லை.. அவரே வெளியில் வந்து யார் நீங்கள் எதற்க்கு இங்கு வந்துள்ளீர்கள் என்று கேட்டார்.. மணியும் முத்துவும் எங்களை அடையாளம் தெரியவில்லையா ஐயா நாங்கள் உங்கள்

அலுவலகத்திற்க்கு வந்து குடிநீர் அமைத்துத் தரக்கோரி மனு கொடுத்தோம் என்று கூற அவருக்கு நினைவு வந்தது. ஆமாம் சரி கூறுங்கள் ஏன் இன்னும் குழாய் அமைக்கபடவில்லையா என்று கேட்டார்.அதெல்லாம் இல்லை ஐயா நீங்கள் செய்த உதவிக்கு அனைவரும் நேரில் வந்து நன்றி கூறி உங்களுக்கு பாராட்டு விழா ஒன்று நடத்த திட்டமிட்டுள்ளோம் என்று கூறினான் முத்து.. ஆட்சியர் பாராட்டு விழாவெல்லாம் வேண்டாம் உங்கள் நேரில் வந்து நன்றி செலுத்தியதே போதும் என்றும் கூறினார்.. இந்த பதவி இருப்பதே உங்களை போன்றோருக்கு பணி செய்ய தானே என்று கூறி அனைவரையும் ஆச்சிரியப் படுத்தினார்... வந்தவர்களுக்கு அனைவருக்கும் குளிர்பானங்கள் கொடுத்து வழியனுப்பி வைத்தார்.... உள்ளே சென்று படுத்துக்கொண்ட ஆட்சியர் அவர் கடந்த காலத்தை பற்றிச் சிந்தித்தார் நான் தண்ணீர் இல்லாமல் எவ்வளவு கஷ்ட பட்டேன் ஊர் மக்கள் தண்ணீர் இல்லாமலும் விவசாயம் செய்ய முடியாமலும் வெகுததூரம் நடந்து சென்று தண்ணீர் கொண்டு வந்ததும் தண்ணீர் இல்லாமல் அன்று இருந்த ஆட்சியரின் அலட்சியமும் லஞ்சம் வாங்கிக்கொண்டு ஏமாற்றியதும் அவர் அதற்க்காக போராடியதும்.என அனைத்தும் நினைத்து கவலைக் கொணடார். இருப்பினும் தான் நன்றாக படித்து இந்த பதவிக்கு வந்தது நான் பட்ட கஷ்டம் யாரும் படக் கூடாது என்பதற்காகத் தான் இந்த பதவியில் அமர்ந்தேன்... என்று நினைத்து வலியுடன் கண்களில் கண்ணீர்த் துளிகள்... அவர்கள் நேரில் வந்து என்னைப் பார்த்து நன்றி கூறியது மிகவும் பெருமிதமாக உள்ளதென்றுபெருமைப் பட்டார் அவரது உள்ளத்தில் அவரின் கடந்த கால நினைவுகள் வலியை கொடுத்தாலும் அந்த வலியிலும் சிறு புன்னகை பூத்தது....

சிறுகதை :- 7

குழந்தை வரம்

சுரேஷ் பெரிய நிறுவனத்தில் பெரிய வேலையில் உள்ளான் கைநிறைய சம்பளம் அழகான மனைவி கீதா ஆண்டவன் அருளால் எந்தக் குறையும் இல்லை அவர்களுக்கு ஆனால் ஒரே ஒரு குறை திருமணமாகி எட்டு ஆண்டுகள் ஆகிறது ஆனால் குழந்தை இல்லை அக்கம் பக்கத்தில் உள்ளவர்களும் சரி சொந்த பந்தமும் சரி இவர்களை அவமதிக்காத நாட்களே இல்லை. எந்த விழாவிற்க்குச் சென்றாலும் கீதாவுக்கு குழந்தை இல்லாததை குறை கூறி சொல்லிக் காட்டி அழவைத்துக் கொண்டே இருந்தனர். சுரேசும் மனைவியை சமாதானப் படுத்தி அவ்வப்போது ஆறுதல் கூறிக் கொண்டிருந்தான். இதனால் இவர்கள் அவ்வளவாக எந்த விசேங்களுக்கும் கலந்து கொள்வதில்லை. வேண்டாத சாமியும் இல்லை இருக்காத விரதமும் இல்லை. மேற்கொள்ளாத சிகிச்சையும் இல்லை. என அனைத்தும் செய்து பார்த்து விட்டனர். இருந்தும் குழந்தை பாக்கியம் கிடைக்கவில்லை. சித்தரிடமும் சென்று ஆலோசித்தும் கூட ஒன்றும் நடக்கவில்லை. இதற்க்கு மேல் என்ன செய்வது என்றும் புரியவில்லை. கடவுளே எங்கள் மீது உனக்கு இரக்கம் இல்லையா. ஏன் எங்களை இப்படி சோதிக்கிறாய். எங்களுக்கு ஒரு குழந்தை வேண்டும் என்றுதானே கேட்கிறோம் என்று ஆதங்கப்பட்டான். கீதாவோ அழ ஆரம்பித்துவிட்டாள். இருவரும் அழ ஆரம்பித்துவிட்டனர்.ஆறுதல் சொல்லக் கூட யாரும் இல்லை. சிறிது நேரம் சென்ற பின் இருவரும். அழுகையை நிறுத்திய சுரேஷ் ஒரு முடிவு செய்தான். அழாத கீதா நாம் ஒரு குழந்தையை தத்து எடுத்துக்கொள்வோம். அக்குழந்தையை நம்ம நன்றாக வளர்ப்போம் என்று கூறினான்.கீதாவும் சரியென்று ஒப்புக் கொண்டாள். மறுநாள் காலை இருவரும் சுரேஷின் நண்பர் ஒருவருடன் குழந்தைகள் காப்பகத்திற்க்கு சென்றனர். பார்ப்பதற்க்கு பாலடைந்த கட்டிடம் வசதிகள் குறைவு ஆனாலும் அங்கு நிறைய குழந்தைகள்

விளையாடிய படியும். சண்டையிட்டுக் கொண்டும்.தனிமையில் அமர்ந்து கதைப் பேசிக் கொண்டும் இருந்தனர்...அனைத்துக் குழந்தைகளையும் கண்ட கீதா அங்கேயே அழ ஆரம்பித்து விட்டாள். இவ்வளவு ஆண்டுகள் எனக்கு ஒரு குழந்தை பாக்கியம் கூட கிடைக்கவில்லை. ஆனால் இங்கு இவ்வளவு குழந்தைககளை இப்படி இங்கு விடுவதற்க்கு பெற்றவர்களுக்கு எப்படி மனம் வருகின்றது. குழந்தை இல்லாமல் இருந்தால் தான் அதன் அருமை புரியம். என்று குழந்தைகளை பார்த்து பேசிக் கொண்டிருந்தாள்.அவள் அழுகைக்கு தென்றல் கண் துடைத்து விட்டது.மரங்களில் உதிர்ந்து விழும் இலைகள் அவள் மீது பட்டு ஆறுதல் கூறியது. மரங்களும் காற்றில் அசைந்து அவளை சமாதானம் செய்தது. அழகான காலை வேளை என்பதால் இயற்கை சற்று வித்தியாசமாக காணப்பட்டது.

சில்லென்று வீசும் காற்று.காற்றின் மிதமான வேகத்திற்க்குஏற்றபடி நெடு மரங்களின் நடனம். நடனத்திற்க்கு ஏற்றவாறு குயில்களின் கீதங்கள்.குயில்களின் குரலின் ஓசையை மீறிஅழகிய இனிமையான குரலில் ஒரு குழந்தை பேசும் குரல் ஒன்று அவள் செவிகளில் நுழைந்தது. குரலின் ஓசை பின்தொடர்ந்து சென்றாள். யாரும் இல்லா தனி அறையில் சிறு குழந்தை ஒன்று ஜன்னல்கள் அருகில் விளையாடும் காட்சியைக் கண்டாள் கீதா. அதன் இனிமையான குரலில் பேசிக் கொண்டிருந்தது அதன் குரல் மற்றும் குழந்தை கீதாவுக்கு பிடித்துப்போக குழந்தையின் அருகே செல்வோம் என்று எண்ணினாள். சற்று யோசித்து வேண்டாம் நாம் அருகில் சென்றால் புதிதாக உள்ளார் என்று பயந்து ஓடி விடுவாள்.என்ன செய்கிறாள் என்று தூரத்தில் நின்று கவனிப்போம். என்று கவனித்தாள். அதன் அழகான குரலும் அவளின் குறும்பையும் ரசித்தாள் கீதா. வியந்து பார்த்தாள் அழகாக விளையாடிக் கொண்டிருந்தாள்.தீடிரென்று குழந்தையின் குரல் ஓங்கி ஒலிக்கத் தொடங்கியது. சரியாக கேட்கவில்லை கீதா சற்று அருகில் சென்றாள். அக்குழந்தை அறையின் நான்கு சுவர்களிடமும் தனிமையில்

பேசியது.அம்மா என்னுடன் விளையாட வாஏன் என்னுடன் விளையாட வரவில்லை ஏன் என்னுடன் விளையாட விருப்பம் இல்லையா.. அல்லது என்னை பார்க்க உங்களுக்கு பிடிக்கவில்லையா நான் எப்பொழுதும் தனிமையில் தான் இருக்கிறேன். என்னுடன் யாரும் பேசுவது இல்லை விளையாடுவதும் இல்லை கட்டியணைத்து முத்தம் கொடுத்து கொஞ்சிட யாருமில்லை. அன்பாக அரவனைத்துக் கொண்டுக் கதைகள் கூறி என்னை உறங்க வைக்க யாருமில்லை நீங்களாவது என்னுடன் வாருங்கள் என்னுடனேயே இருங்கள் என்னை விட்டுச் சென்று விடாதீர்கள் என்று பேசிக் கொண்டிருந்தாள். மழலை பேசுவதை கூர்ந்து கவனித்த கீதாவின் கண்களில் கண்ணீர் ஆறு போல ஓடியது அவளால் அழுகையை அடக்கிக் கொள்ள முடியவில்லை அக்குழந்தையின் மனக் குமுறல்களை கேட்டு தாங்கிக் கொள்ள முடியாமல் சத்தமாக அழுதாள் இந்த கதறலைக் கேட்ட சுரேசும் அவர் நண்பரும் சென்று பார்த்தனர். அறையில் இருந்த குழந்தை கீதாவின் அழுகை சத்தம் கேட்டு அவள் அருகில் சென்று அழாதீங்க அம்மா என் அழறீங்க கண்ண தொடுச்சுக்கோங்க நான் இருக்கிறேன் என்று தன் பிஞ்சு மொழியில் கூற உள்ளம் நெகிழ்ந்து போனாள். அக்குழந்தை கட்டி அனைத்துக் கொண்டு முத்த மழை பொழிந்தாள். அக்குழந்தையை கீதாவுக்கு மிகவும் பிடித்துப் போக குழந்தை பற்றி விசாரித்த கீதா அவ்வில்லத்தில் அந்தக் குழந்தை மட்டும் எப்பொழுதும் தனி அறையில் தான் இருப்பாள் தனிமையில் தான் பேசிக் கொள்வாள் என்று குழந்தைகளை கவனித்துக் கொள்ளும் ஒரு பெண்மணி கூறினாள்.குழந்தைக்கு கீதாவை விட்டு பிரியாமல் கீதாவுடனே இருந்தாள். அந்த பிஞ்சு நெஞ்சத்தின் ஏக்கங்களையும் உணர்வுகளையும் புரிந்து கொண்ட கீதா வேர் எங்கோ செடி எங்கோ ஆனால் செடியில் பூத்தது அழகிய பட்டுப் பூ. இந்த அழகிய பூ யாரும் இல்லாத் தனிமையில் அம்மா அம்மா என்று அழைக்கும் ஓசை பாசத்திற்க்காக ஏங்கிய அந்த பிஞ்சு உள்ளம் அன்பிற்க்காகத் தவித்த கண்கள் இவைகளை கண்ட பொழுது அந்த காட்சிகள் அவள் நெஞ்சை

கீறியது உணர்வுகளை உலுக்கியது நீங்காத ரணமாக மாறியது.ஆழமாக யோசித்த கீதா இவையனைத்தும் போக்க நான் இவ்விடத்தில் இருப்பதுதான் சரி என்று தீர்மானித்து தன் கணவரிடம் சென்று உள்ளதைக் கூறினாள். முதலில் சுரேஷ் ஒப்புக் கொள்ளவில்லை. கீதா குழந்தை போன்று அடம்பிடித்ததால் ஒப்புக் கொண்டான். சுரேஷ் குடியிருக்கும் வீட்டை விற்று குழந்தைகள் காப்பகம் அருகிலேயே வீடு ஒன்று வாங்கி குடியேறினான்... தினமும் குழந்தைகளை கவனித்துக் கொண்டும். குழந்தையோடு குழந்தையாக விளையாடிக் கொண்டும் தனக்கு கிடைத்த பட்டங்கள் அவமானங்கள் ஏளனங்கள் ஏக்கங்கள் என அனைத்தும் மறந்து அனைத்து குழந்தைகளையும் தன் குழந்தை போல் பார்த்துக் கொண்டாள். அன்று ஒரு குழந்தை வேண்டி கோவில் கோவிலாக சுற்றிய கீதாவுக்கு இன்று நிறைய குழந்தைகள் அவள் கண் முன்னே.அவள் வேண்டிய வரம் கிடைத்து ஈரட்டிப்பாக... இக் காட்சியைக் கண்ட சுரேஷ் உள்ளம் நெகிழ்ந்து இறைவனுக்கு நன்றி கூறினான்...

முற்றும்....

சிறுகதை :- 8

குழந்தையின் ஏக்கம்

தெருவில் வானவேடிக்கைகளுடனும்,விலையுயர்ந்த மகிழுந்துகளின் அணிவகுப்பும், ஆடம்பர பட்டாடைகள் உடுத்திய கூட்டம் நிறைந்த ஒரு பெரிய திருமண நிகழ்ச்சி ஒன்று நடைபெற்றுக் கொண்டிருந்தது.தெருவெங்கிலும் ஒரே சப்தமும் சிரிப்புமாக இருந்தது.அருகில் இருக்கும் சிறு சிறு குட்டி குழந்தைகள் ஆடம்பர மகிழுந்துகளை தன் பிஞ்சு கைகளால் தொட்டும் அதன் மீது ஏற முற்பட்டும் விளையாடிக் கொண்டிருந்தனர். திருமண நிகழ்ச்சியில் வித விதமான உணவுகள் பறிமாறப்பட்டு அனைவரும் உணவுகளை அரைகுறையாக சாப்பிட்டுக் கொண்டிருந்தனர்.விளையாடிக் கொண்டிருந்த குழந்தைகள் வாழ்நாளில் கண்டிராத உணவு வகைகளை ஏக்கத்துடன் உற்று பார்த்துக் கொண்டிருந்தனர்.இதைக் கவனித்துக் கொண்டிருந்த அக் குழந்தைகளின் தாயார் குழந்தைகளை அங்கிருந்து தூக்கி செல்லமுற்ப்பட்டனர் அக்குழந்தைகள் பிடிப்படாமல் அங்குமிங்கும் ஓடிக் கொண்டிருந்தனர் அவைகளை விரட்டியபடி தாயாரும் உடன் ஓடிக் கொண்டிருந்தனர்.இவை அனைத்தையும் சற்று தூரத்தில் இருந்து ஒரு குழந்தை கவனித்துக் கொண்டிருந்தது குப்பை தொட்டியில் வளர்ந்த குழந்தை. நடக்கும் அனைத்து சம்பவங்களையும் தனக்குள் கற்பனை செய்து தனக்குள்பேசிக்கொண்டும், சிரித்துக் கொண்டும் தன் தாய் தன்னை துரத்திக் கொண்டு வருவது போன்றும் அங்குமிங்கும் ஓடிக் கொண்டிருந்ததுஅக்குழந்தை..அக்குழந்தையின் உள்ளக் குமுறல்கள். பத்து மாதம் கருவில் சுமந்து என்னை பெற்றெடுத்து..ஆறதழுவி முத்தமிட்டு கொஞ்சி...என்னை கட்டியணைத்து முகத்தோடு முகம் பார்த்து.கைகளில் ஏந்தியது இந்த குப்பை தொட்டியில் வீசுவதற்குத்தானா.என்றது அக்குழந்தையின் உள்ள குமுறல்கள்.மற்ற குழந்தைகளை காணுகையில்அக்குழந்தைகளுக்கு தன் பெற்றோர் உணவு

ஊட்டுவதும்.கொஞ்சுவதும்.கீழே விழுந்தால் துடித்து போவதும்.செல்லமாக அடிப்பதும்.தாலாட்டு பாடி உறங்க வைப்பதும் என அனைத்தும் கிடைக்கிறது.ஆனால் எனக்கோ.நீ என்னை குப்பை தொட்டியில் வீசமிலிருந்தால் இவை அனைத்தும் எனக்கு கிடைத்திருக்கும்...கிழிந்த ஆடையில் இருந்திருக்க மாட்டேன்.உணவு இல்லாமல் அலைந்திருக்க மாட்டேன்.உறங்க இடம் இல்லாமல் குப்பை தொட்டிக்குள் உறங்கி இருக்க மாட்டேன்.தாய்மடி தேடி அலைந்திருக்க மாட்டேன்.அனாதை என்றொரு பெயரும் பெற்றிருக்க மாட்டேன்.பத்து மாதம் கருவின் இருட்டில் சுமந்து இந்த குப்பை தொட்டியின் இருட்டில் வீசுவதற்குத்தானோ என்னை பெற்றெடுத்தாலோ அன்னை.அனைவரும் பார்க்கும் பார்வை என்னை உயிரோடு விழுங்குகிறது..

உண்ண உணவின்றி அனைவரிடமும் கைஏந்தும் நிலை உடுத்த உடுப்பு இன்றி சாலையில் திரியும் அவல நிலைஇந்த நிலை எனக்கு வரும் என்றிருந்தால் நான் கருவிலேயே கலைந்திருப்பேன்.இப்படி ஒரு கொடுமை அனுபவித்திருக்க மாட்டேன்.என்றது அக்குழந்தையின் மன குமுறல்கள்..

சிறுகதை :- 9

வருமா அந்த நாட்கள்

அதிகாலை வேளை நகரத்தில் சாலையோரம் நடை பயணம் சென்று கொண்டிருந்தான் முத்து.சாலையில் நடக்கும் அனைத்தையும் பார்த்தபடி ஒருவித யோசனையுடன் நடந்து கொண்டிருந்தான்.முத்துவுக்கு வயதாகி விட்டதால் தன் சொந்த ஊரில் தனிமையில் இருந்த முத்துவை நகரத்துக்கு அழைத்து வந்தான் முத்துவின் மகள் இந்திரா.சிறிது தூரம் சென்ற பின் தன் நெருங்கிய நண்பனான முருகனை கண்டான். முருகனை கண்டதும் ஆனந்தத்தின் எல்லைக்கே சென்றான் முத்து... முருகனை கண்டதும் முருகா என்று அழைத்தான். முருகனும் திரும்பி பார்க்க முருகனுக்கு இன்ப அதிர்ச்சி..முத்துவை கண்டதும்.இருவரும் கட்டித்தழுவி ஆனந்த கண்ணீர்விட்டு அன்பை பாரிமாறிக் கொண்டனர்.முருகன் நகரத்தில் வந்து தங்கி நான்கு வருடம் ஆகிறது.முத்து தன் பயணத்தை நிறுத்தி விட்டுஇருவரும் சாலையின் ஓரத்தில் இருந்த ஆலமரத்தின் நிழலில் அமர்ந்து பேசி ஆரம்பித்தார்கள்.நகரத்தின் வாழ்க்கை வெறுப்படையவே இருவரும் அவர் காலங்களை அசைபோட ஆரம்பித்தனர்.முத்துவும்,முருகனும் ஓரே ஊரில் ஒரே தெருவில் வசித்து வந்தவர்கள்.பள்ளிகாலம் முதலே நெருங்கிய நண்பர்கள் ஆவர்.. இருவரும் ஊரில் வாழ்ந்த வாழ்க்கையை பற்றி பேச ஆரம்பித்தனர். அழகிய காலைப் பொழுது சில்லென்று வீசும் காற்று.குயில்களின் அழகான கீதம்அதை கேட்டு நெடுமரங்களின் நடனம். எங்கு பார்த்தாலும் பச்சை புல்வெளிகள்!விவசாயம்!ஆறுகள்!குளங்கள்! என பசுமை போர்த்திய அழகான கிராமம்.அன்பான மக்கள் என சந்தோசமாக வாழ்ந்தோம்.பசித்தவுடன் அருகில் உள்ள மாமரம். கொய்யா. பலா. வாழை போன்றவற்றை உண்டு பசியாறினோம். கூட்டாளிகளுடன் சேர்ந்து ஆற்றில் குளிப்பது. குளத்தில் விளையாடுவது.

வெய்யிலில் விளையாடுவது.அம்மா முந்தானையில் முடிந்து வைத்திருந்த ரூபாய்யை அவளுக்கே தெரியாமல் எடுத்துக்கொண்டு படம் பார்க்க செல்வது. திருவிழா நாட்களில் ஊரே குதுகலமாக சந்தோசமாக திருவிழா கொண்டாடுவது. தீபாவளி. பொங்கல் போன்ற பண்டிகை நாட்கள் வந்து விட்டால் புது புது புத்தாடை அணிவது. அதை நண்பர்களிடம் காட்டி பெருமைபடுவது. திருமண நிகழ்ச்சிகளில் கலாட்டா செய்வது என இருவரும் செய்த அனைத்தையும் ஆனந்தமாய் பேசிக் கொண்டிருந்தனர். இனியும் வருமா அந்த நாட்கள். நாம் வாழ்ந்த அந்த நாட்கள்.மறக்க முடியாத நாட்கள். என்றும் அழியாத நாட்கள்.மீண்டும் ஒரு முறை அப்படி ஒரு வாழ்க்கை வாழ வேண்டும் என்று முருகன். முத்துவிடம் நெகிழ்ச்சி பொங்க கண்ணீருடன் கூறினான்...

முத்துவும் முருகனை சமாதானப்படுத்தி ஆறுதல் கூறி கொண்டு இருவரும் புறப்பட தயாரானார்கள்... இருவரும் நடந்து செல்லவே. அவரவர் வீடு வர நான் இங்கதான் இருப்பேன் என்று முருகன் சொல்ல. நான் அடிக்கடி வந்து செல்கிறேன் என்று முத்து கூறி அங்கிருந்து விடை பெற்றான்.இரவு தூங்க செல்லும் பொழுது இன்று நடந்த அனைத்தையும் நினைத்து பார்த்து ஆனந்த கண்ணீர் பெருக்கேடுத்து. எல்லாம் பொன் நினைவுகளாக என்றும் நீங்காமல் அவன் மனதில் தங்கிவிட்டது...

சிறுகதை :- 10

நல்ல உள்ளம்

அன்று ஒரு நாள்.......

காற்று பலமாக வீசிக் கொண்டிருந்தது.வானம் சற்று மேகமூட்டத்துடன் காணப்பட்டது..

பெரிய மழை வரும் போல காட்சியாளித்தது.காற்று சற்று பலமாக வீசியதால் ஆங்காங்கே உள்ள சிறு சிறு மரங்கள் சாந்த வண்ணம் இருந்தது.கடைகளில் வெளியில் வைக்க பட்டிருந்த சிறு சிறு பாத்திரங்கள் நெகிழி குடங்கள் காற்றில் பறந்தபடி இருந்தது.

வீதிகளில் உள்ள கடைக்காரர்கள் மழை வரும் முன்பே வெளியில் வைத்திருந்த பாத்திரங்கள் பொருட்கள் அனைத்தையும் எடுத்து வைக்கும் பொருட்டு மும்மரமாக செயல்பட்டு கொண்டிருந்தனர்...

தெருஓரங்களில் ஆப்பக் கடை நடத்தும் ஒரு பாட்டி அருகில் இருந்தவர்களிடம் என் பொருட்களை கொஞ்சம் எடுத்து வைக்கும்படி கூறிக் கொண்டிருந்தாள்.அதனை காதில் வாங்காத படி அருகில் இருந்தவர்கள் அவரவர் வேலையில் ஆயத்தம் ஆனார்கள்.வீதிகளில்விளையாடிய படி இருந்த சிறுவர், சிறுமிகளை அவரவர் பெற்றோர்கள் மிரட்டியும் விரட்டியும் பிடித்துக் கொண்டிருந்தனர் சிறுவர் சிறுமிகளும் ஆங்காங்கே ஓடிய வண்ணம் இருந்தனர்.இப்படி அனைவரும் அவரவர் வேலைகளை பார்த்துக் கொண்டிருக்க. தம்பி, சுப்பு, ராமன், கலை என்ற நான்கு சிறுவர்கள் வீதியோரம் பூட்டியிருந்த ஒரு கடையில் கிழிந்த ஆடைகளை அணிந்த படி நின்றுகொண்டு நடக்கும் அனைத்தையும் கவனித்துக் கொண்டு சிரித்த படியும் கேலி செய்த படியும் இருந்தனர்.சிறிது நேரத்தில் பலத்த மழை பெய்ய தொடங்கியது..

பொருட்களை எடுத்த வைத்த வண்ணம் இருந்தவர்கள் சற்று வேகமாக எடுத்து வைக்க தொடங்கினர்.ஆப்பக் கடை பாட்டியும் தன்னால் முடிந்த வரை எடுத்துக் வைத்துக்க கொண்டிருந்தாள்.

பலத்த மழை ஆரம்பித்துவிட்டது பாட்டியும் செல்ல முடியாமல் சிறுவர்கள் இருக்கும் இடத்திற்கு வந்து சேர்ந்தாள்.சிறுவர்களும் கேலியும் கிண்டலுமாக விளையாடிக் கொண்டிருந்தனர். கிழிந்த ஆடை ஒட்டிய கன்னம் சுருங்கி போன வயிறு என பார்க்கவே பரிதாபமான நிலை அந்நிலையிலும் சிறுவர்கள் மகிழ்ச்சியாக விளையாடிக் கொண்டிருந்தனர்.மழையும் குறைந்த மாதிரியும் இல்லை.பாட்டியும் எதுவும் பேசாமல் அமைதியாக மழையை ரசித்த வண்ணம் இருந்தாள்.....இவை அனைத்தையும் தூரத்தில் ஒரு நபர் கவனித்து கொண்டிருந்தார்.சற்று மழை குறையவே சிறுவர்கள் கிழிந்த ஆடையுடன் வெளிவந்து மழையில் விளையாட தொடங்கினர்.வீதியில் தேங்கியிருந்த மழை நீரில் ஆனந்தமாக விளையாடினர்...மழை முற்றிலும் குறையவே ஈர உடையுடன் சிறுவர்கள் வீதிகளில்வலம் வந்து கொண்டிருந்தார்கள்..பசி எடுத்தால் வீதிகளில் செல்லும் வாகனங்களை நிறுத்தி உணவு கேட்பதும். காசு கேட்பதும் என சுற்றி பார்க்கும் இடங்களில் தங்கிக் கொள்வதும் என அவர்களின் வாழ்க்கை சென்று கொண்டிருந்தது.முன்பு கவனித்து கொண்டிருந்த நபர் அவர்களிடம் சென்று விசாரிக்க ஆரம்பித்தார்.சிறுவர்கள் பெயர் மட்டும் தான் கூறினார் மற்ற விவரங்கள் எதும் கூறவில்லை எவ்வளவு முயன்றும் அவர்கள் யார் என்பதை தெரிந்து கொள்ள முடியவில்லை. நன்கு யோசித்த அந்த நபர் ஒரு முடிவுக்கு வந்தார்.சிறுவயதிலேயே பெற்றோர்களை இழந்த சிறுவர்கள் வீதியோரங்களில் அலைவதை கண்டு அந்த நபர் ஆதரவற்றோர் இல்லத்துக்கு அழைத்து சென்றார்.அவருக்கு அவ்வில்லத்தில் நன்கு பழக்கம் கொண்டவர்கள் இருந்ததால் அவர்களிடம் பேசி அச்சிறுவர்களை அவர்களிடம் ஒப்படைத்து அவர்களுக்கு மறுவாழ்வு அளித்தார்.இன்று பெற்றோரை இழந்து

தவிக்கும் சிறுவர்கள் வீதியோரங்ளில் சுற்றி திரிவதும். பிச்சை எடுப்பதும் அதிகமாகி கொண்டே செல்கிறது...உணவிற்கு கையேந்துவதும்.தங்க இடமின்றி வீதிகளில் படுத்துக் கொள்வதும் என அதிகரித்து கொண்டே செல்கிறது.இன்றய வீதியோர சிறுவர்களின் நிலை கேள்விகுறியில் தான் உள்ளது....

முற்றும்..